First Picture Dictionary
Animals
Kamusi ya Kwanza ya Picha
Wanyama

Pig
Nguruwe

Rabbit
Sungura

Butterfly
Kipepeo

Fox
Mbweha

Illustrated by Anna Ivanir

www.kidkiddos.com
Copyright ©2025 by KidKiddos Books Ltd.
support@kidkiddos.com

All rights reserved. No part of this book may be reproduced in any form or by any electronic or mechanical means, including information storage and retrieval systems, without written permission from the publisher, except in the case of a reviewer, who may quote brief passages embodied in critical articles or in a review.
First edition, 2025

Library and Archives Canada Cataloguing in Publication
First Picture Dictionary – Animals (English Swahili Bilingual edition)
ISBN: 978-1-83416-756-5 paperback
ISBN: 978-1-83416-757-2 hardcover
ISBN: 978-1-83416-755-8 eBook

Goldfish
Samaki wa dhahabu

Dog
Mbwa

◆ *Some parrots can copy words and even laugh like a human!*

◆ *Baadhi ya kasuku wanaweza kuiga maneno na hata kucheka kama binadamu!*

Parrot
Kasuku

Cat
Paka

Pets
Wanyama wa Kufugwa

Canary
Ndege kasuku mdogo

✦ *A frog can breathe through its skin as well as its lungs!*
✦ *Chura anaweza kupumua kupitia ngozi yake na pia mapafu yake!*

Guinea Pig
Nguruwe wa Guinea

Frog
Chura

Hamster
Hamster

Moose
Moose

Wolf
Mbwa mwitu

✦ A moose is a great swimmer and can dive underwater to eat plants!
✦ *Moose ni mwogeleaji mzuri sana na anaweza kuzama chini ya maji kula mimea!*

Squirrel
Kindi

Koala
Koala

✦ A squirrel hides nuts for winter, but sometimes forgets where it put them!
✦ *Kindi huficha karanga kwa ajili ya majira ya baridi, lakini wakati mwingine husahau mahali alipoweka!*

Gorilla
Sokwe

Wild Animals
Wanyama wa Pori

Hippopotamus
Kiboko

Panda
Panda

Fox
Mbweha

Rhino
Kifaru

Deer
Paala

Wild Animals
Wanyama wa Pori

Lion
Simba

Tiger
Chui

Giraffe
Twiga

✦ A giraffe is the tallest animal on land.
✦ *Twiga ni mnyama mrefu zaidi duniani.*

Elephant
Tembo

Monkey
Tumbili

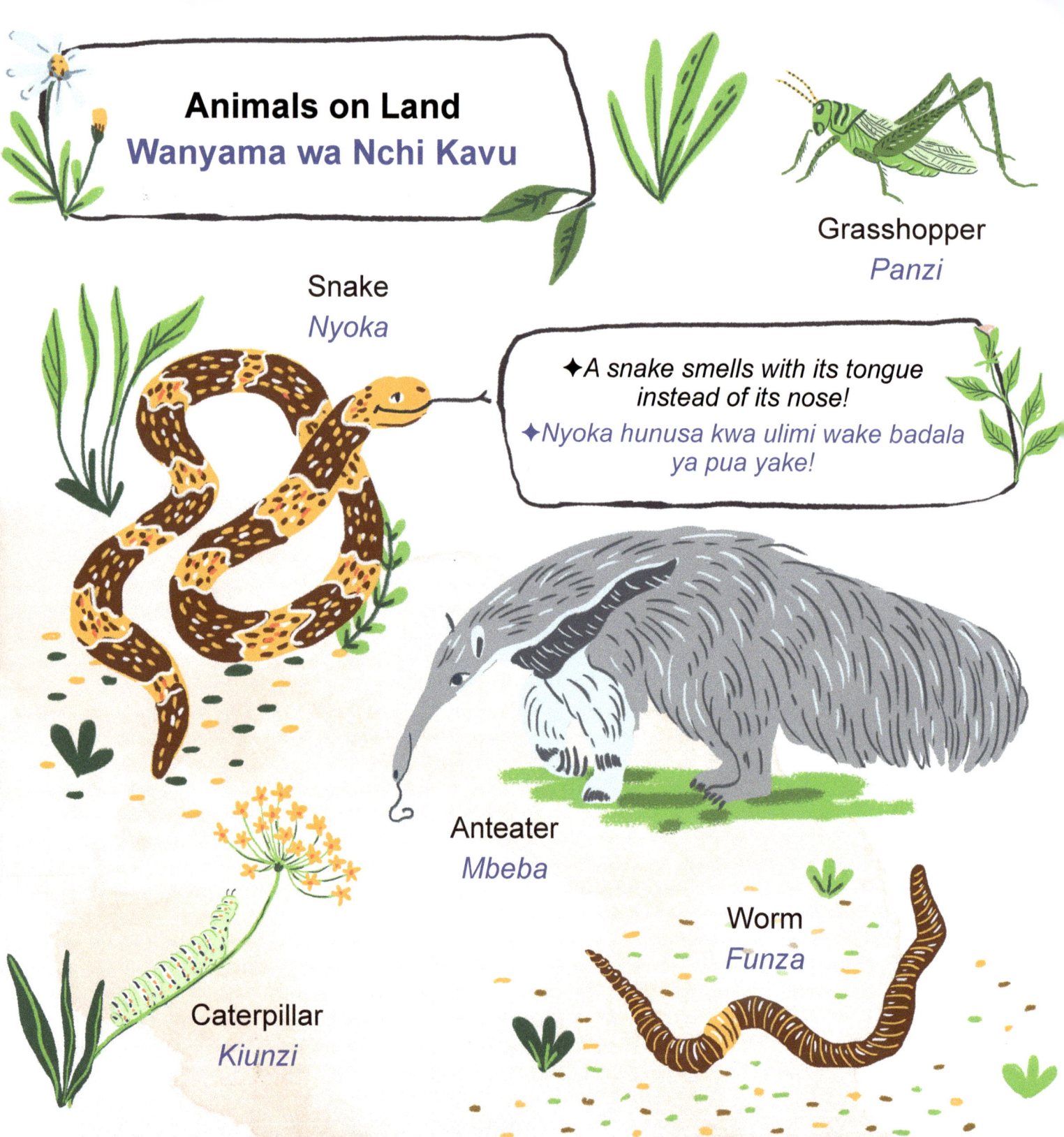

Badger
Dagaa

Porcupine
Nungu

Groundhog
Groundhog

✦ A lizard can grow a new tail if it loses one!
✦ *Mjusi anaweza kutoa mkia mpya ikiwa ameupoteza!*

Lizard
Mjusi

Ant
Chungu

Owl
Bundi

Bat
Popo

✦An owl hunts at night and uses its hearing to find food!
✦*Bundi huwinda usiku na hutumia usikivu wake kutafuta chakula!*

✦A firefly glows at night to find other fireflies.
✦*Kimulimuli huangaza usiku kutafuta vimulimuli wengine.*

Raccoon
Raccoon

Tarantula
Tarantula

Colorful Animals
Wanyama Wenye Rangi

A flamingo is pink
Flamingo ana rangi ya pinki

An owl is brown
Bundi ana rangi ya kahawia

A swan is white
Ndege swan ana rangi nyeupe

An octopus is purple
ana rangi ya zambarau

A frog is green
Chura ana rangi ya kijani

✦ A frog is green, so it can hide among the leaves.
✦ *Chura ana rangi ya kijani, hivyo anaweza kujificha kati ya majani.*

A polar bear is white
Dubu wa ncha ana rangi nyeupe

A fox is orange
Mbweha ana rangi ya chungwa

A koala is grey
Koala ana rangi ya kijivu

A panther is black
Panther ana rangi nyeusi

A chick is yellow
Kifaranga ana rangi ya njano

Animals and Their Babies
Wanyama na Watoto Wao

Cow and Calf
Ng'ombe na ndama

Cat and Kitten
Paka na kitoto cha paka

✦ A chick talks to its mother even before it hatches.
✦ *Kifaranga huzungumza na mama yake hata kabla ya kutotolewa.*

Chicken and Chick
Kuku na kifaranga

Dog and Puppy
Mbwa na mtoto wa mbwa

Butterfly and Caterpillar
Kipepeo na kiunzi

Sheep and Lamb
Kondoo na mwanakondoo

Horse and Foal
Farasi na ndama wa farasi

Pig and Piglet
Nguruwe na kitoto cha nguruwe

Goat and Kid
Mbuzi na mwanambuzi

www.ingramcontent.com/pod-product-compliance
Lightning Source LLC
Chambersburg PA
CBHW041959280326
41861CB00011B/76